# சித்திரம் பேசுதடி
## Speaking of art

## மு.பிரீத்தி

M.Prakash& Letter's student M.Preethi

ஏலே பதிப்பகம்

சித்திரம் பேசுதடி– கவிதை
© மு.பிரித்தி 2021
எழுத்தாளர்: எழுத்தின் மாணவி மு.பிரித்தி
முதல் பதிப்பு: ஜனவரி 2021

வெளியீடு:
ஏலே பதிப்பகம்
5/175, பாத்திமா நகர்,
கூத்தென்குழி,
திருநெல்வேலி – 627104
தொடர்புக்கு: 9944992571

Siththiram pesuthadi- Poetry
All Copy Rights Reserved By © M.PREETHI 2021
Author: Ezhuthin maanavi M.Preethi
First Edition:  January 2021

Published By:
Aelay Publish
5/175, Fathima nagar,
Kuthenkuly,
Tirunelveli -627104
Phone: 9944992571

Design And Executed by

ISBN : 978-93-5533-288-2
Page : 57

 சித்திரம் பேசுதடி

Lit the lamp of knowledge

Quit not to fly on sky

Blossom the you

With the wings of fire

ஒளியேத்து அறிவின் ஒளியேத்து

பறப்பதை தவிர்க்காதே

உன்னை மலர்வி

உனது அக்னி சிறகுகள் கொண்டு

Be the lion king

Show you, the attitude fire

Roar the language of the greatness

---

சிங்கமாக உன்னை காட்சி

மனபான்மையால் ஒளிவீசு

உன் மொழியை கர்ஜி

Each thunder gives a birth

Which felt as fear

Give your strong rebirth

To the fear

Show courage

இடி முழக்கம் பிறப்பை

பயத்தால் உணர்ந்தால்

உன் பயத்திற்கு தைரியம்

காண்பி

Let the rain burn your troubles in brain

Grains of rain never drain on flow

See deep sense of each drop speaks you

Also be the umbrella troubling rain

மழை எரிக்கட்டும் துன்பந்தனை

அதன் துளிகள் எழ மறுப்பத்தில்லை

ஆழமாய் பேசும் திவளைகள்

நீ பேசி பார்

இடர மழைந்தால் குடையாகு

With Litter your way should be yours

With you the own of your gorgeous

Of your passion kingdom

உன் பாதையின் பல்லக்கு நீயே

அதன்  அழகான உரிமையாளன் நீயே

உன் வேட்கை கோட்டை ஆள்

Be You the award of you

Be You the wonder of you

Chase the portion of passion

நீ நீயாக இரு

நீ உன் அதிசயத்தை உணர்

உன்னை உன் வேட்கையை நோக்கி துரத்து

A candle is burning for you

The success

which never stop to burn

and which never fades

grasp it to shine

ஒரு மெழுகுதிரி

உனக்காக எரிகிறது

வெற்றி என்னும் பெயரில்

எரியா நிற்பதில்லை

பிடித்தி கொள்

நீ ஒளிர

The ecstasy you live in your dream

Which give shelter the very time you

Waiting for.....

---

பரவாசமான உன் கனவு கண்டு வாழ்

அதுவே உன் காத்திருப்பு நேரத்திற்கான

குடியிருப்பு

The mirror shows its reflection you

Is the never fade light in you

Or destroy yourself you speak who you are

உன் பிம்பத்தை காட்டும்

கண்ணடி ஒளிர நிறுத்தப்படவில்லை

உன்னை காண்பித்து கொண்டு இருக்கிறது

உனை இழந்து செல்லாதே

நீ யார் என்று சொல்

மனப்பான்மையால

The purity never fades

Where you come from

Don't turn back  muddy pond

Where you blossomed

புனிதம் குறைவதில்லை

நீ மலர்ந்த இடம் வைத்து

சேற்றை திரும்பி பார்க்காதே

உனை மலர செய்தது

உன் வெளிச்சம் சூரியனே

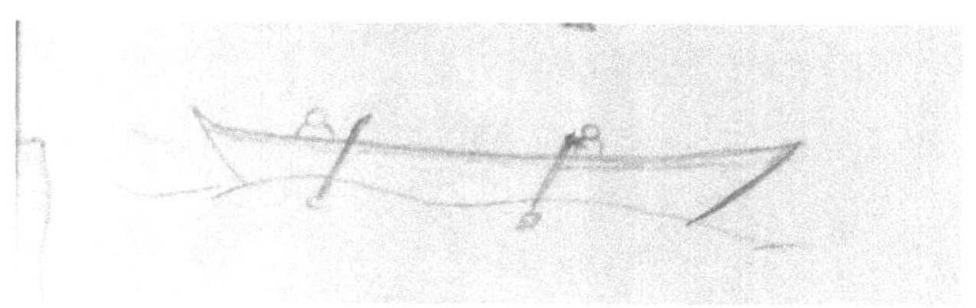

Sail Oh you the mighty sailor

Who never fear for haily storms

Because you who is the warrior

மாலுமியே படக்கோட்டத்தில்

பயமிராது கடந்து செல்

என்னென்றால் நீயோரு போராளி

Bridge the way on your own way

So you own the way

Which is on the way of tommorrow

பாலம் கட்டு உனது உரிமையான வழியில்

எனில் அது உனது

அதுவே நாளையின் வழிகாட்டி

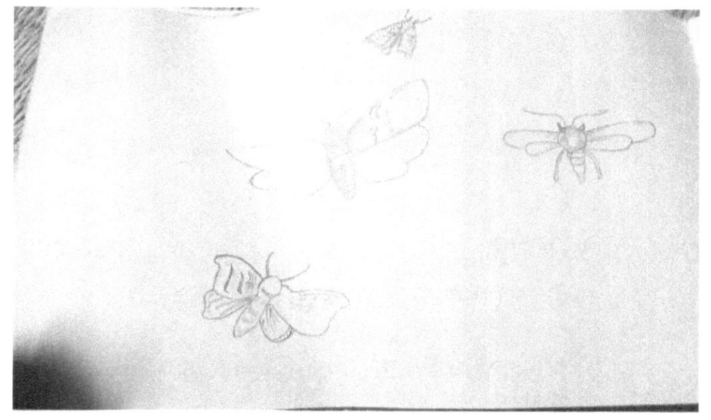

like a moth discover the dream which never

let you Sleep learn the darkness of you unknown soul

Which leap yourself to lit the moon soon

கனாவை கண்டுபிடி அது உன்னை உறங்கவிடாது
இருளை கற்றுக்கொடுக்கும்

உயிரின் அறியாமை இருளை நீக்கி

ஒளிரும் நிலவாக

Travel the passion

Discover your vehicle of life

And decide with whom stretching the life to be in

---

வேட்கையை பயணி

கண்டுபிடி வாழ்வின் ஊர்தியை

நீள் பயணிக்க நீ உன்னை நிரந்தரமாக்கு

---

Be the steady warrior to know

to be the slow reaper

To collect matured

seeds of your mind of land

நிலையான போராளியே

உனது அறுவடைத்தை

சேகரித்து விதை

உன் மனமாகிய பூமியில்

Lock your soul in chaos

Which chop your brain in situation

Be soul of getting key of your problem

பூட்டி வை மனதின் குழப்பத்தை

பிணக்காய் உனது சுழல்

மாறாது இருக்கும் சாவியை தேடு

a swing messmerises a child which weeps to be your day

Is your success

நீயே ஊஞ்சல், ஒரு குழந்தை உனை அடைய
அழுகிறது நீ யார் என்று காண்பிக்க

அதுவே வெற்றி

You are the package of you

A new era which you

Represent to be a compliment

As you own yourself

நீ உன் தொகுப்பாய்

ஒரு சகாப்தம் நீ காட்சிக்க

இருக்கிறாய் நீ உன்னிடத்தில்

Large mountains hidden in you

In the way you overcome your struggle

Earn it is also fruit success.

உன்னிடத்தில் பெரிய மலைகள் உள்ளது

நீ போராடிய விதத்தில்

அதை பெற்றுகொள்

அது வெற்றியின் கனி

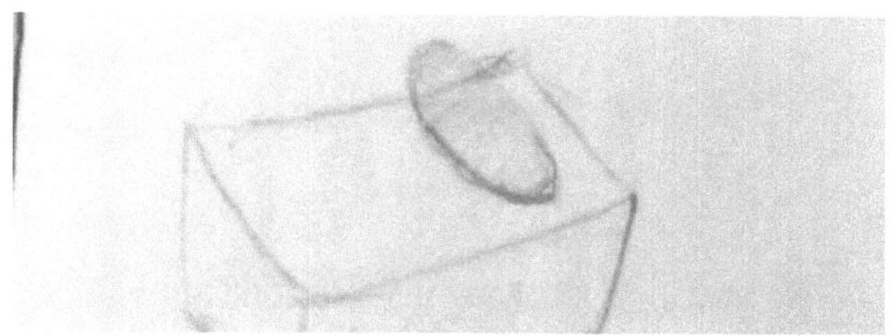

Don't burn your old

There is a gold behind it

The wealthy treasure

பழைய மேன்மை நீங்காதே

அதில் தங்கம் ஒளிந்து இருக்கிறது

அதுவே வளமையான புதையல்

Rock the place you were given

Be the scintillating delight

Of play the role such the place

Where you music the ecstatic

கிடைத்த இடத்தை

சிறக்க ஒளிர் உன் பங்கை காட்ட

இசைவி உனது பரவசத்தை

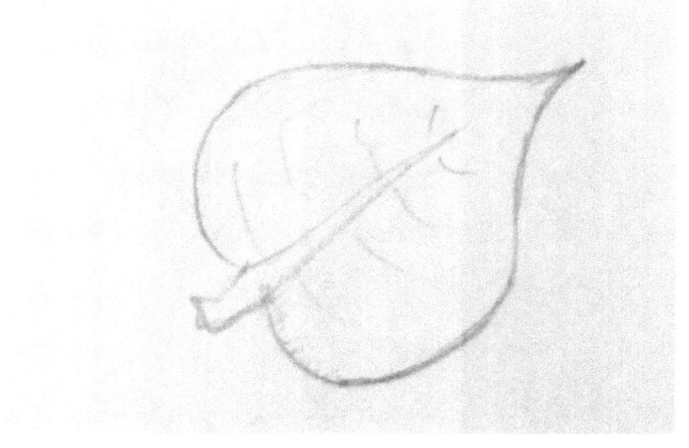

The sprout out as  leaf

Be colour of cheerful

Spirit

முளைத்து வா

இலையாக

உன்னிறத்தில்

மகிழ்ச்சி நீட்டு

Change that you be in bed of roses

Even if you be in pricky thorns

முட்களே கிடந்தாலும்

ரோஜாக்களின் படுக்கையாக்கு

Sustain the tree as your house

Which be model of your history

வாழ்வி மரங்களை உன்னிருப்பாய்

நினைத்து

உனது சான்றாய் உன் வரலாறு காட்ட

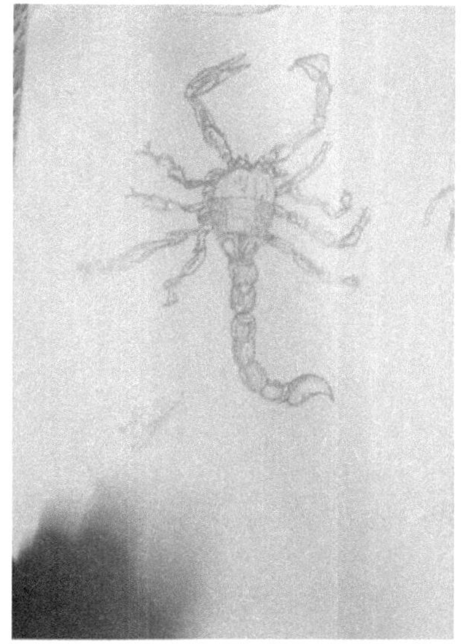

Be the venomous to prick the danger

உன் ஆபத்தை எதிர்கொள்ளும்

நஞ்சாக இரு

Know the tears of water

Save it for tommorrow

தண்ணீரின் கண்ணீரை

உணர் உன் நாளைக்காக

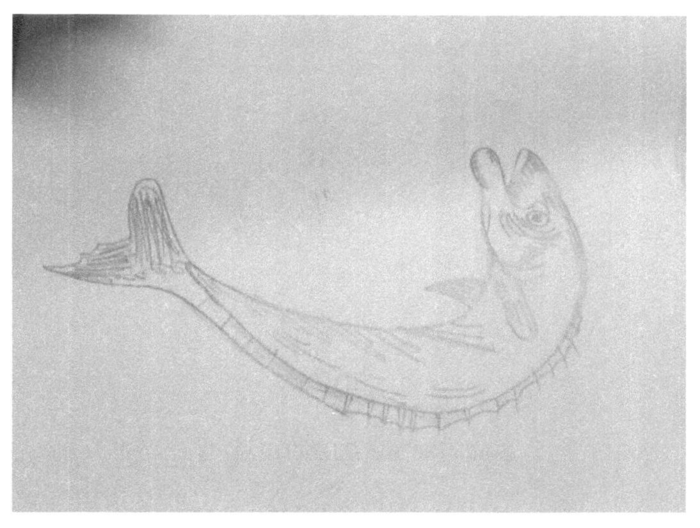

Fish you

Fish your dream with dedication

Which will and wish for who you are

மீனே

கனாவை துண்டில் போடு

அர்பணிப்போடு

உன் விருப்பமான உன்னை காண்பிக்கும்

www.ingramcontent.com/pod-product-compliance
Lightning Source LLC
Chambersburg PA
CBHW021356160726
47994CB00007B/2984